Impressum
Verlag: BABADADA GmbH, Nedderfeld 112 , 22529 Hamburg
Geschäftsführer / Verlagsleitung: Harald Hof
Druck: Books on Demand GmbH, In de Tarpen 42, 22848 Norderstedt

Imprint
Publisher: BABADADA GmbH, Nedderfeld 112 , 22529 Hamburg, Germany
Managing Director / Publishing direction: Harald Hof
Print: Books on Demand GmbH, In de Tarpen 42, 22848 Norderstedt, Germany

trường học

kool

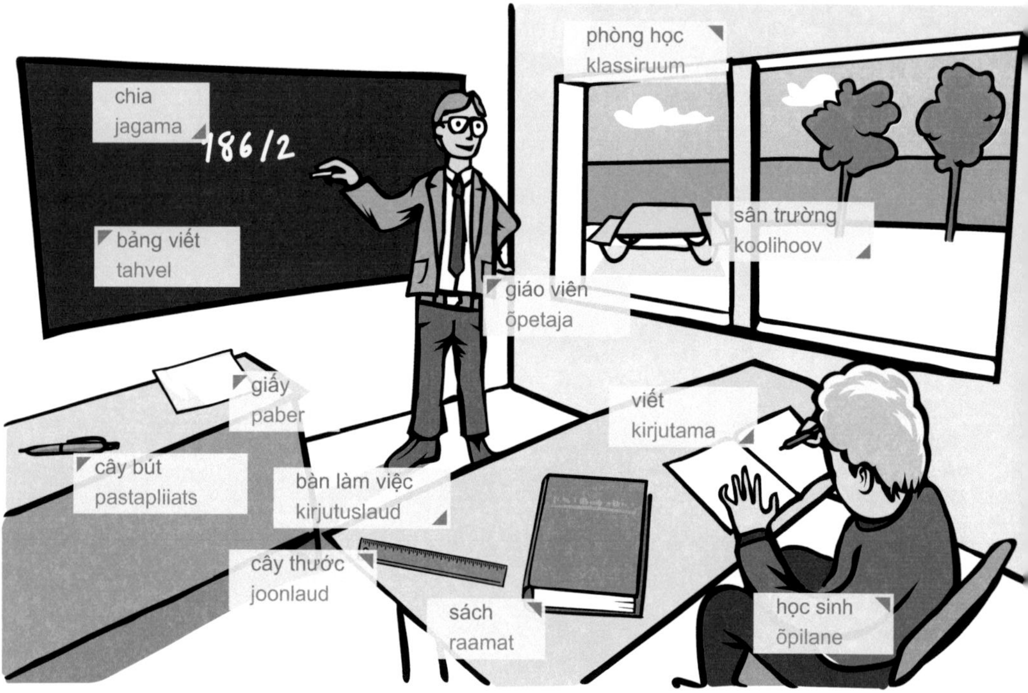
phòng học
klassiruum
chia
jagama
186/2
bảng viết
tahvel
sân trường
koolihoov
giáo viên
õpetaja
giấy
paber
viết
kirjutama
cây bút
pastapliiats
bàn làm việc
kirjutuslaud
cây thước
joonlaud
sách
raamat
học sinh
õpilane

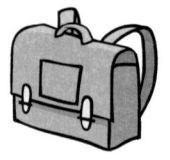

cặp đeo vai học sinh

koolikott

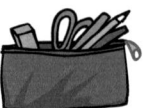

hộp đựng bút

pinal

bút chì

harilik pliiats

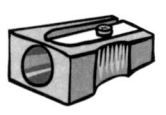

cái gọt bút chì

pliiatsiteritaja

cục tẩy

kustutkumm

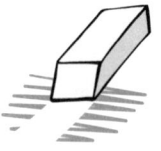

tập giấy vẽ

joonistusplokk

bản vẽ
joonistus

cọ vẽ
pintsel

hộp mực vẽ
värvikarp

cây kéo
käärid

keo dán
liim

sách bài tập
töövihik

bài tập ở nhà
kodutöö

số
number

cộng
liitma

trừ
lahutama

nhân
korrutama

tính toán
arvutama

chữ cái
täht

bảng chữ cái
tähestik

từ
sõna

văn bản

tekst

đọc

lugema

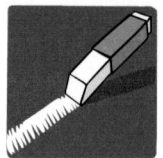

phấn viết

kriit

bài học

koolitund

sổ lớp

klassipäevik

thi kiểm tra

eksam

chứng chỉ

tunnistus

đồng phục học sinh

koolivorm

giáo dục

haridus

từ điển bách khoa

entsüklopeedia

đại học

ülikool

kính hiển vi

mikroskoop

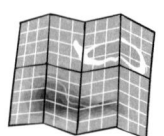

bản đồ

kaart

thùng rác giấy

paberikorv

du lịch

reisimine

khách sạn
hotell
Grand
nhà trọ
hostel
ROOMS
quầy đổi tiền
valuutavahetuspunkt
va li
kohver
xe ô tô
auto

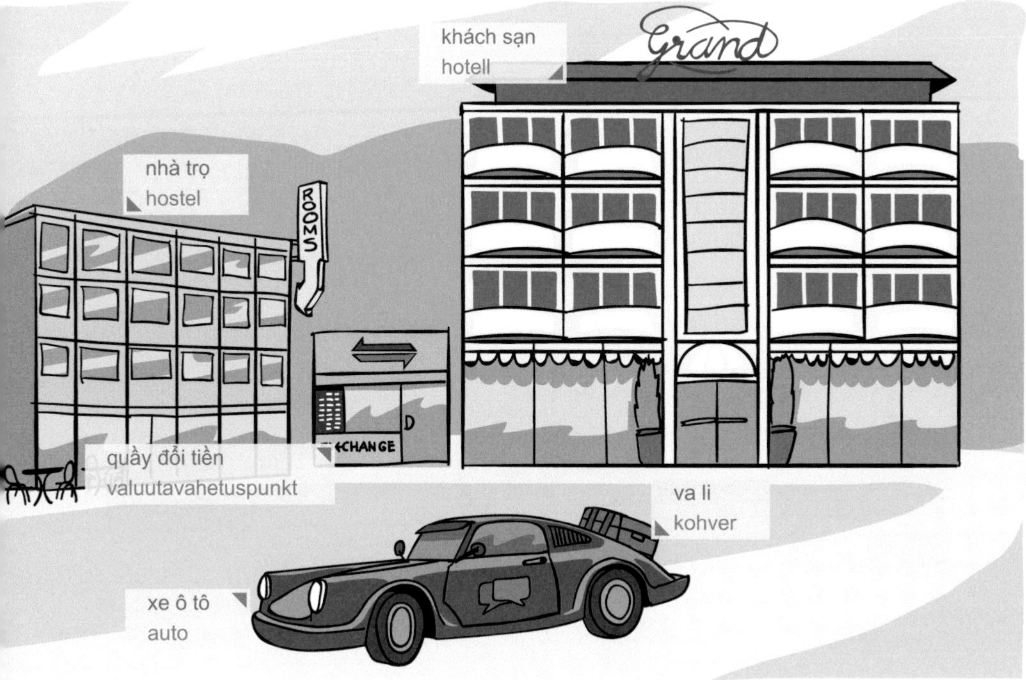

ngôn ngữ

keel

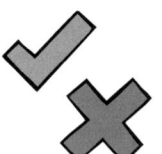

có / không

jah / ei

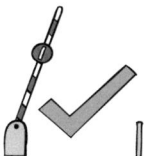

ô kê

okei

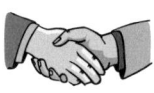

Xin chào

Tere!

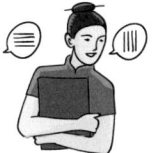

thông dịch viên

tõlk

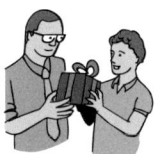

cám ơn

Aitäh!

… bao nhiêu tiền?

Kui palju maksab …?

tôi không hiểu

Ma ei saa aru

vấn đề

probleem

Xin chào! (buổi tối)

Tere õhtust!

xin chào! (buổi sáng)

Tere hommikust!

chúc ngủ ngon!

Head ööd!

tạm biệt

Head aega!

hướng đi

suund

hành lý

pagas

túi xách

kott

túi ba lô

seljakott

khách

külaline

phòng

tuba

túi ngủ

magamiskott

lều

telk

thông tin du lịch

turismiinfo

bãi biển

rand

thẻ tín dụng

krediitkaart

ăn sáng

hommikusöök

ăn trưa

lõunasöök

ăn tối

õhtusöök

vé xe

pilet

thang máy

lift

tem bưu điện

postmark

biên giới

riigipiir

hải quan

toll

đại sứ quán

saatkond

thị thực

viisa

hộ chiếu

pass

vận chuyển

transport

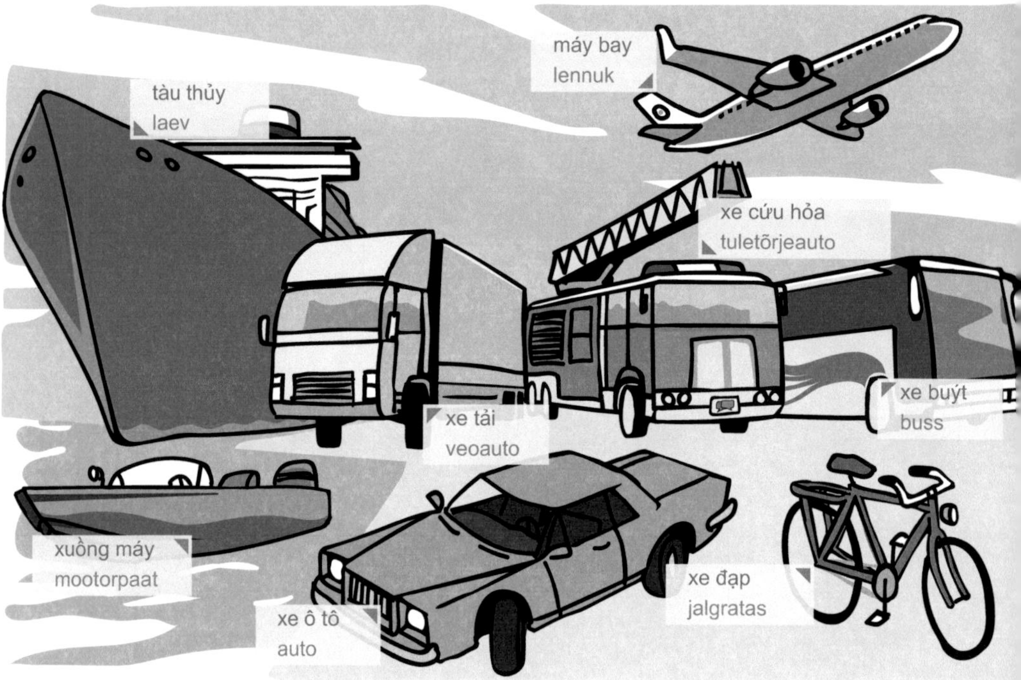
máy bay
lennuk
tàu thủy
laev
xe cứu hỏa
tuletõrjeauto
xe tải
veoauto
xe buýt
buss
xuồng máy
mootorpaat
xe đạp
jalgratas
xe ô tô
auto

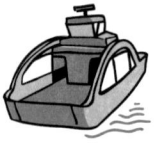

phà

praam

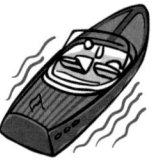

xuồng

paat

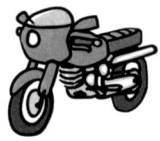

xe máy

mootorratas

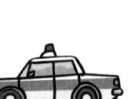

xe cảnh sát

politseiauto

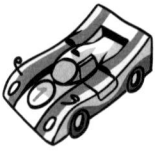

xe đua

võidusõiduauto

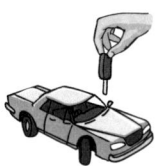

xe cho thuê

rendiauto

dịch vụ thuê xe tự lái

ühisauto

xe kéo cứu hộ

puksiirauto

xe rác

prügiauto

động cơ

mootor

xăng

kütus

trạm xăng

tankla

biển báo giao thông

liiklusmärk

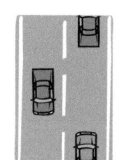

giao thông

liiklus

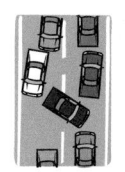

ách tắc giao thông

liiklusummik

bãi đậu xe

parkla

nhà ga

raudteejaam

đường ray

rööpad

xe lửa

rong

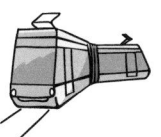

tàu điện

tramm

toa xe

vagun

máy bay trực thăng

helikopter

sân bay

lennujaam

tháp

torn

hành khách

reisija

côngtenơ

konteiner

thùng các-tông

pappkast

xe đẩy

käru

cái giỏ

korv

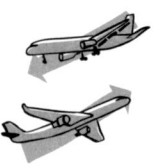

cất cánh / hạ cánh

õhku tõusma / maanduma

thành phố

linn

làng

küla

trung tâm thành phố

kesklinn

nhà

maja

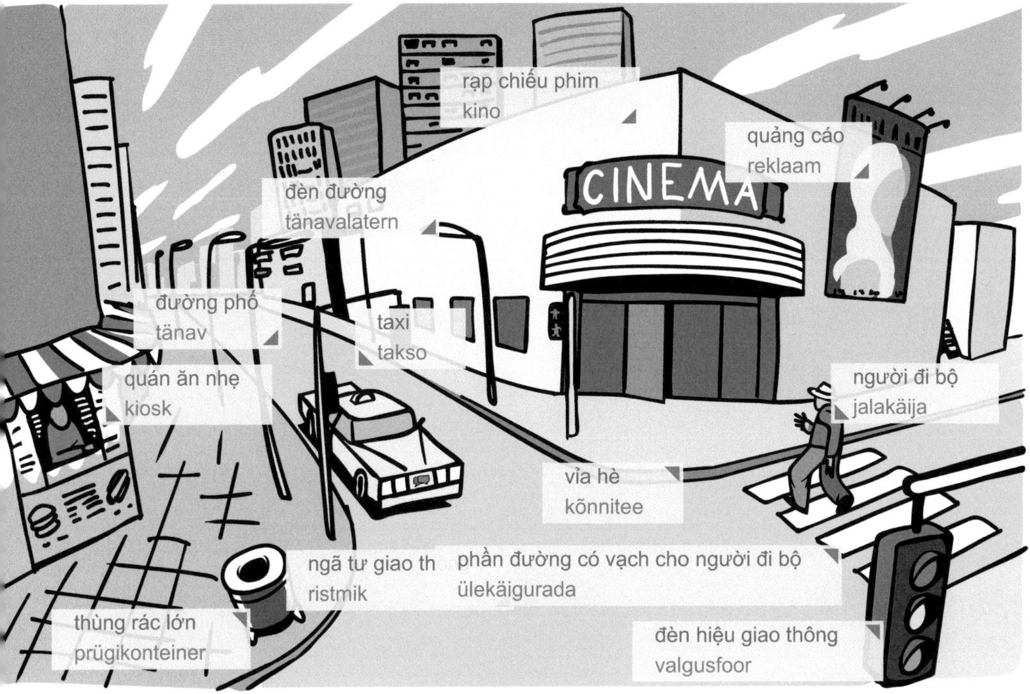

rạp chiếu phim
kino
quảng cáo
reklaam
CINEMA
đèn đường
tänavalatern
đường phố
tänav
taxi
takso
quán ăn nhẹ
kiosk
người đi bộ
jalakäija
vỉa hè
kõnnitee
ngã tư giao th
ristmik
phần đường có vạch cho người đi bộ
ülekäigurada
thùng rác lớn
prügikonteiner
đèn hiệu giao thông
valgusfoor

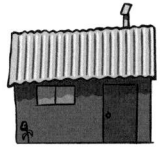

nhà chòi

osmik

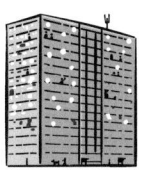

căn hộ

kortermaja

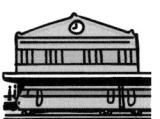

nhà ga

raudteejaam

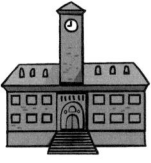

tòa thị chính

raekoda

MUSEUM

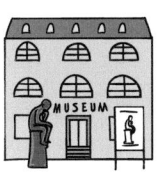

viện bảo tàng

muuseum

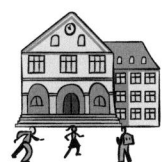

trường học

kool

đại học

ülikool

ngân hàng

pank

bệnh viện

haigla

khách sạn

hotell

hiệu thuốc

apteek

văn phòng

kontor

hiệu sách

raamatupood

cửa hiệu

kauplus

cửa hiệu bán hoa

lillepood

siêu thị

supermarket

chợ

turg

cửa hàng bách hóa

kaubamaja

người bán cá

kalapood

trung tâm mua bán

kaubanduskeskus

bến cảng

sadam

công viên

park

ghế băng

pink

cầu

sild

cầu thang

trepp

tàu điện ngầm

metroo

đường hầm

tunnel

trạm xe buýt

bussipeatus

quán bar

baar

khách sạn

restoran

hòm thư công cộng

postkast

bảng hiệu đường

tänavasilt

đồng hồ đậu xe

parkimisautomaat

vườn bách thú

loomaaed

bể bơi

ujula

nhà thờ Hồi giáo

mošee

nông trại
talu

ô nhiễm môi trường
reostus

nghĩa trang
surnuaed

nhà thờ
kirik

sân chơi
mänguväljak

ngôi đền
tempel

phong cảnh
maastik

lá cây
leht

bảng chỉ đường
teeviit

lối đi
tee

bãi cỏ
aas

hòn đá
kivi

người đi bộ đường dài
matkaja

cây
puu

sông
jõgi

cỏ
rohi

bông hoa
lill

thung lũng

org

đồi

mägi

hồ nước

järv

rừng

mets

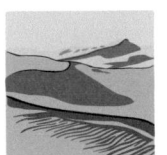

sa mạc

kõrb

núi lửa

vulkaan

lâu đài

linnus

cầu vồng

vikerkaar

nấm

seen

cây cọ

palm

con muỗi

sääsk

con ruồi

kärbes

con kiến

sipelgas

con ong

mesilane

con nhện

ämblik

bọ cánh cứng

mardikas

con ếch

konn

con sóc

orav

con nhím

siil

con thỏ

jänes

con cú

öökull

con chim

lind

thiên nga

luik

heo rừng

metssiga

con hươu

hirv

nai sừng tấm

põder

đê

pais

tuabin gió

tuuleturbiin

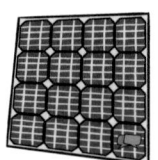

tấm năng lượng mặt trời

päikesepaneel

khí hậu

kliima

khách sạn
restoran

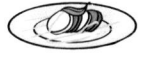

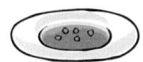

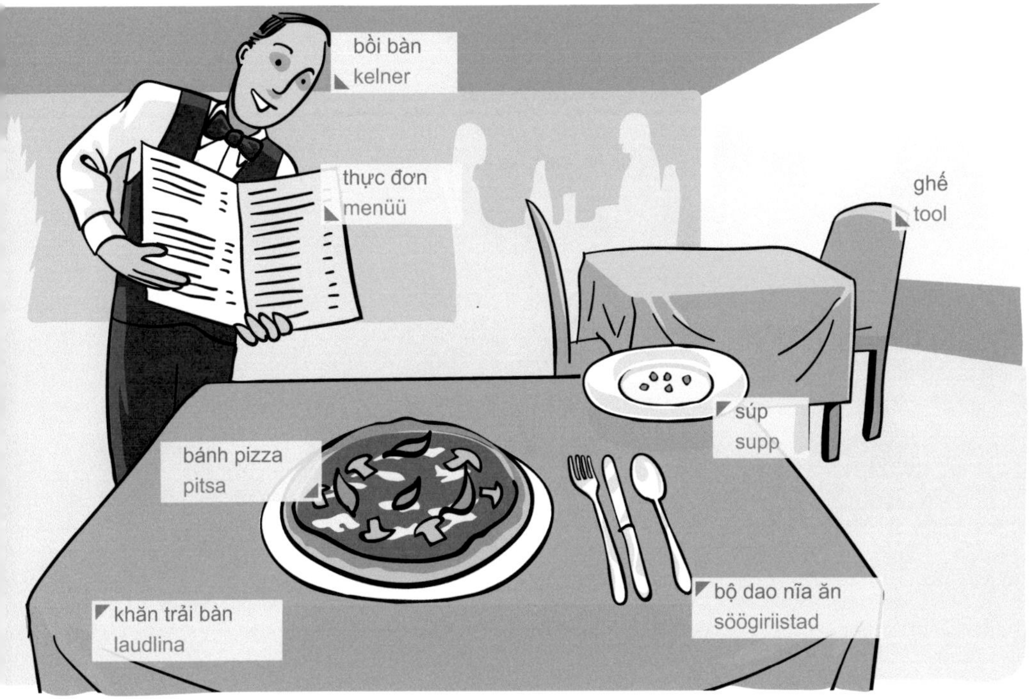
bồi bàn
kelner
thực đơn
menüü
ghế
tool
súp
supp
bánh pizza
pitsa
bộ dao nĩa ăn
söögiriistad
khăn trải bàn
laudlina

món ăn khai vị

eelroog

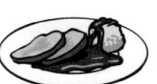

món ăn chính

pearoog

món tráng miệng

magustoit

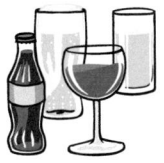

thức uống

joogid

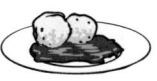

thức ăn

toit

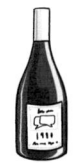

cái chai

pudel

thức ăn nhanh

kiirtoit

thức ăn đường phố

tänavatoit

ấm trà

teekann

hộp đường

suhkrutoos

khẩu phần

portsjon

máy pha espresso

espressomasin

ghế cao

lastetool

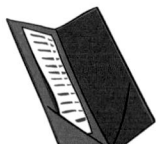

hóa đơn

arve

khay

kandik

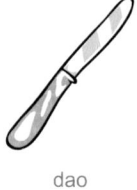

dao

nuga

nĩa

kahvel

thìa

lusikas

thìa uống trà

teelusikas

khăn ăn

salvrätik

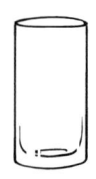

cốc thủy tinh

klaas

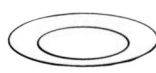

đĩa

taldrik

đĩa súp

supitaldrik

đĩa lót cốc

alustass

nước sốt

kaste

lọ muối

soolatoos

cái xay tiêu

pipraveski

giấm

äädikas

dầu

õli

gia vị

vürtsid

nước xốt cà chua

ketšup

tương hạt cải

sinep

nước sốt mayonnaise

majonees

siêu thị

supermarket

chào giá đặc biệt
eripakkumine
FOR
khách hàng
klient
sản phẩm từ sữa
piimatooted
trái cây
puuviljad
xe đẩy mua sắm
ostukäru

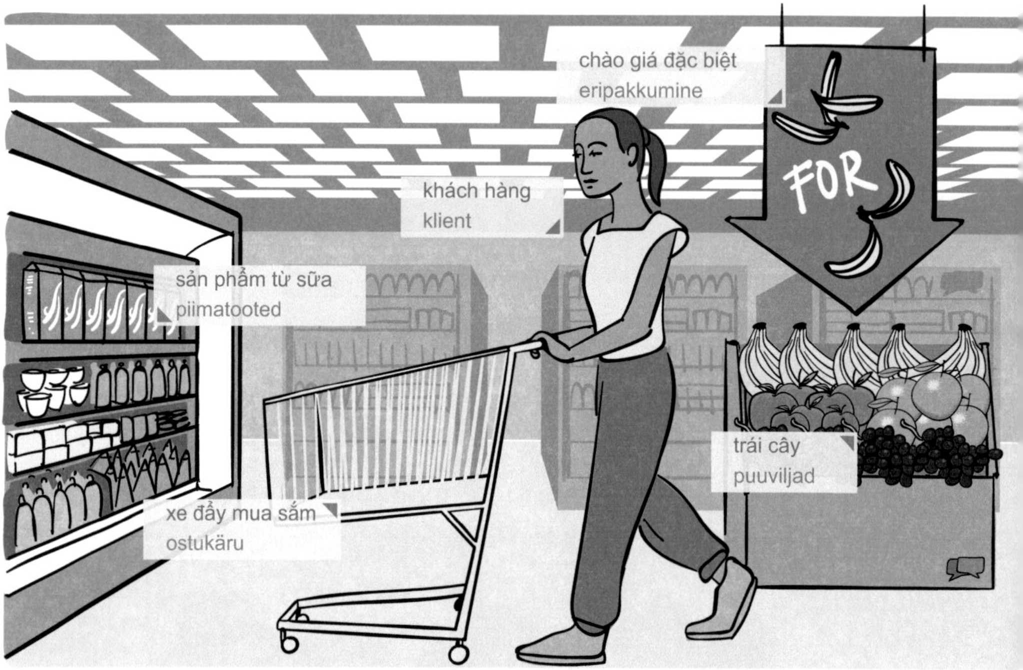

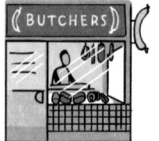

BUTCHERS

lò mổ

lihapood

BAKERY

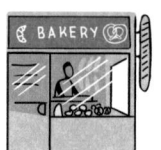

cửa hiệu bán bánh mì

pagariäri

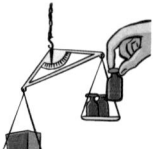

cân nặng

kaaluma

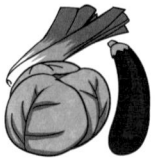

rau quả

köögiviljad

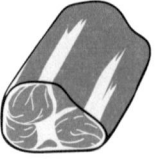

thịt

liha

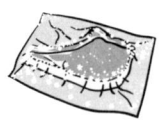

thức ăn đông lạnh

külmutatud toit

lát thịt nguội

lihalõigud

đồ hộp

konservid

bột giặt

pesupulber

đồ ngọt

maiustused

sản phẩm dùng trong gia đình

majatarbed

chất tẩy rửa

puhastustooted

người bán hàng

müüja

quầy trả tiền

kassaaparaat

nhân viên thu ngân

kassapidaja

danh sách mua sắm

ostunimekiri

giờ mở cửa

lahtiolekuajad

ví tiền

rahakott

thẻ tín dụng

krediitkaart

túi đeo

kott

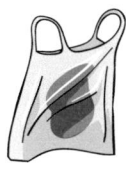

túi ny lông

kilekott

nước

vesi

nước quả ép

mahl

sữa

piim

coca-cola

koola

rượu vang

vein

bia

õlu

cồn

alkohol

cacao

kakao

trà

tee

cà phê

kohv

espresso

espresso

cappuccino

cappuccino

chuối

banaan

quả táo

õun

quả cam

apelsin

dưa hấu

arbuus

chanh

sidrun

cà rốt

porgand

tỏi

küüslauk

tre

bambus

củ hành

sibul

nấm

seen

hạt dẻ

pähklid

mì

nuudlid

mì spaghetti

spagetid

cơm

riis

xà lách

salat

khoai tây chiên

friikartulid

khoai tây chiên

praekartulid

bánh pizza

pitsa

bánh hamburger

hamburger

bánh mì sandwich

võileib

thịt côtlet

šnitsel

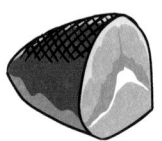

thịt giăm bông

sink

xúc xích

salaami

dồi

vorst

gà

kana

rán

praeliha

cá

kala

cháo yến mạch

kaerahelbed

cháo muesli

müsli

bánh bột ngô nướng

maisihelbed

bột mì

jahu

bánh sừng bò

sarvesai

bánh mì

kukkel

bánh mì

leib

bánh mì nướng

röstsai

bánh bích quy

küpsised

bơ

või

sữa đông

kohupiim

bánh ngọt

kook

trứng

muna

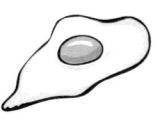

trứng rán

praemuna

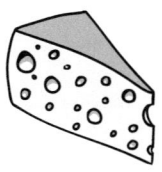

pho mát

juust

kem

jäätis

đường

suhkur

mật ong

mesi

mứt

moos

kem nougat

pähklivõie

cà ri

karri

nông trại
talu

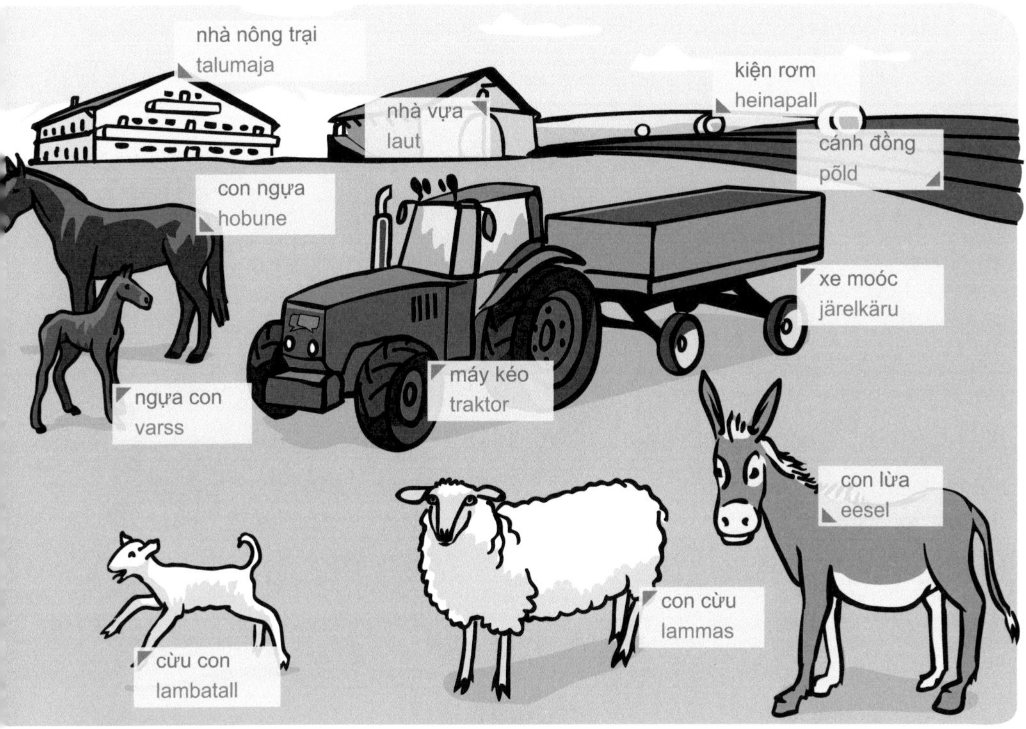
nhà nông trại
talumaja
kiện rơm
heinapall
nhà vựa
laut
cánh đồng
põld
con ngựa
hobune
xe moóc
järelkäru
máy kéo
traktor
ngựa con
varss
con lừa
eesel
con cừu
lammas
cừu con
lambatall

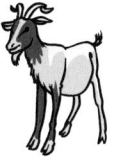

con dê
kits

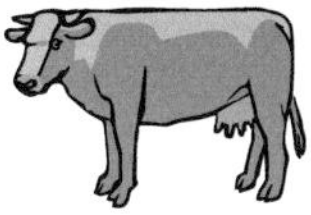
con bò
lehm

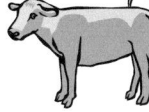

con bê
vasikas

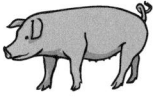

con lợn
siga

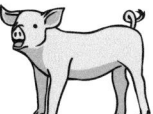

lợn con
põrsas

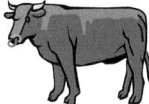

bò đực
pull

con ngỗng

hani

con vịt

part

gà con

tibu

gà mái

kana

gà trống

kukk

con chuột

rott

mèo

kass

chuột nhắt

hiir

bò đực

härg

con chó

koer

nhà chuồng chó

koerakuut

ống tưới vườn cây

aiavoolik

thùng tưới cây

kastekann

lưỡi hái

vikat

cái cày

ader

cái liềm

sirp

cái cuốc

kõblas

cái chĩa

hang

cái rìu

kirves

xe cút kít

käru

máng ăn

küna

lọ sữa

piimanõu

bao tải

kott

hàng rào

tara

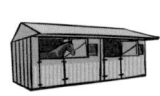

chuồng

tall

nhà kính trồng cây

kasvuhoone

đất trồng

muld

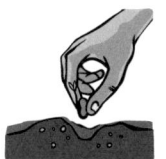

hạt giống

seeme

phân bón

väetis

máy gặt đập liên hợp

kombain

thu hoạch

saaki koristama

mùa thu hoạch

saagikoristus

khoai lang

jamss

lúa mì

nisu

đậu nành

soja

khoai tây

kartul

ngô

mais

hạt cải dầu

raps

cây ăn trái

viljapuu

sắn

maniokk

ngũ cốc

teravili

nhà
maja

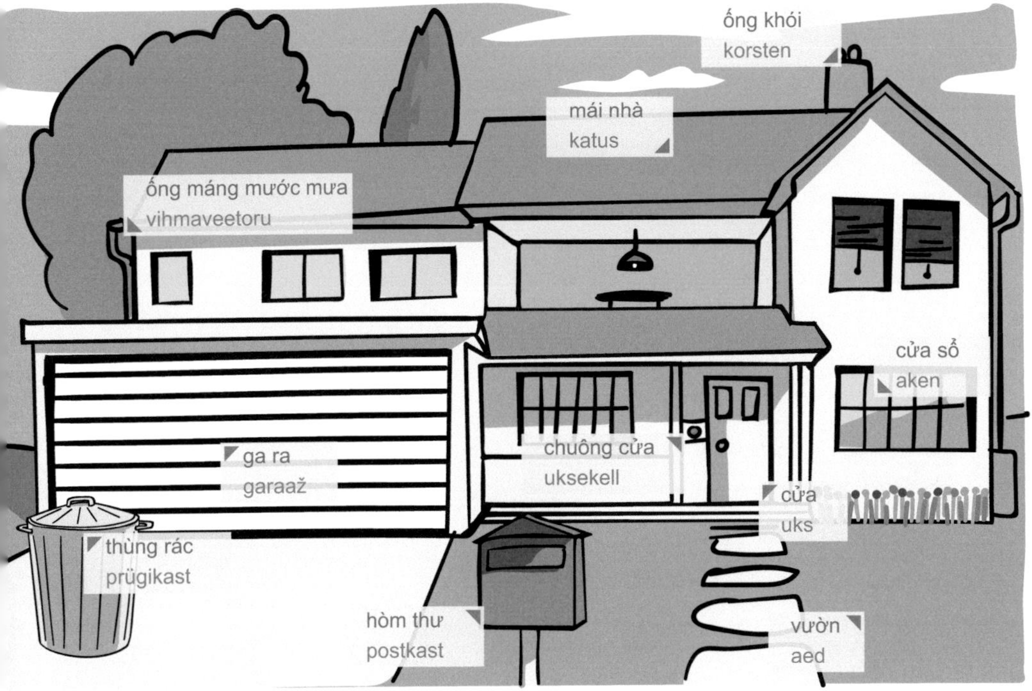
ống khói
korsten
mái nhà
katus
ống máng mước mưa
vihmaveetoru
cửa sổ
aken
chuông cửa
uksekell
ga ra
garaaž
cửa
uks
thùng rác
prügikast
hòm thư
postkast
vườn
aed

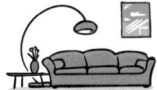

phòng khách

elutuba

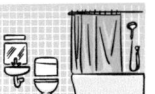

phòng tắm

vannituba

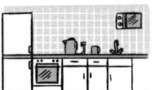

bếp

köök

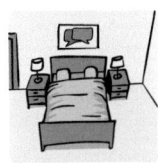

phòng ngủ

magamistuba

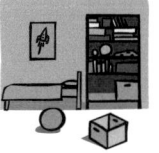

phòng trẻ em

lastetuba

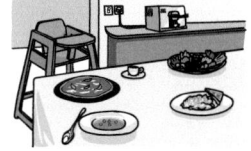

phòng ăn

söögituba

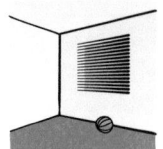

nền nhà

põrand

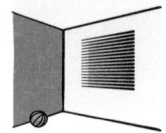

tường

sein

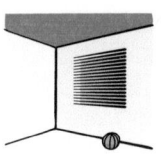

trần nhà

lagi

tầng hầm

kelder

tắm hơi

saun

ban công

rõdu

sân hiên

terrass

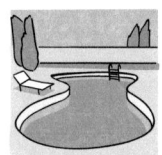

bể bơi

bassein

máy cắt cỏ

muruniiduk

khăn trải giường

voodilina

khăn trải giường

päevatekk

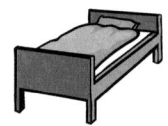

giường

voodi

chổi

luud

cái xô

ämber

công tắc điện

lüliti

phòng khách
elutuba

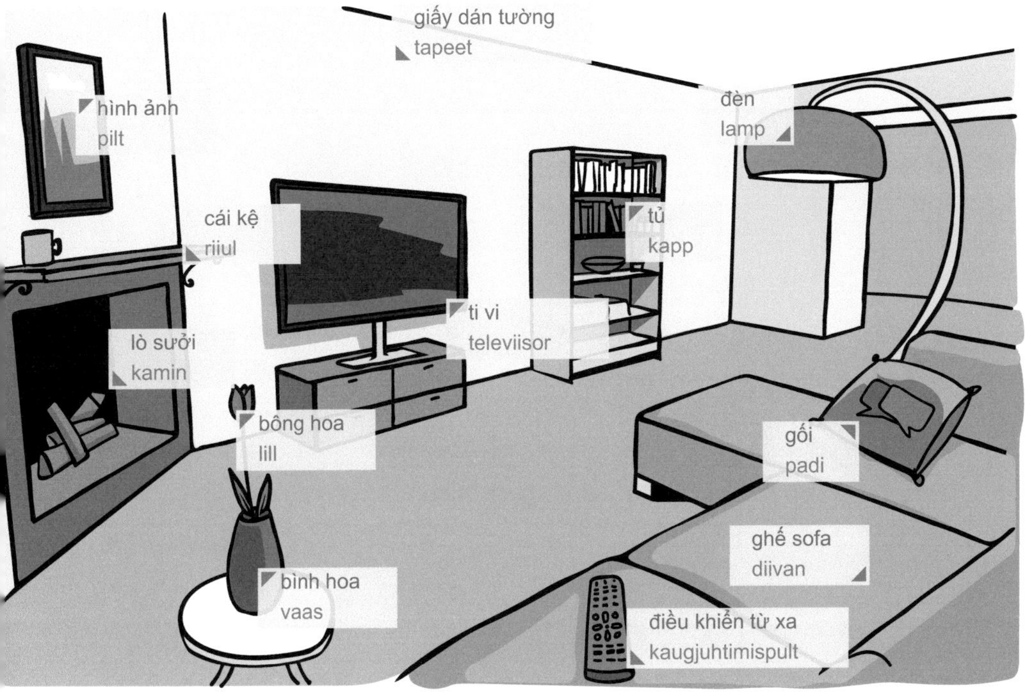
giấy dán tường
tapeet
hình ảnh
pilt
đèn
lamp
cái kệ
riiul
tủ
kapp
ti vi
televiisor
lò sưởi
kamin
bông hoa
lill
gối
padi
ghế sofa
diivan
bình hoa
vaas
điều khiển từ xa
kaugjuhtimispult

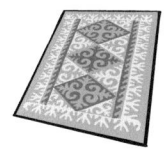

thảm
vaip

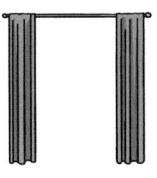

rèm
kardin

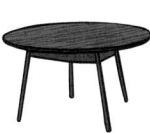

cái bàn
laud

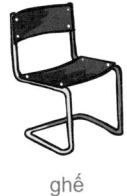

ghế
tool

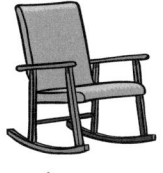

ghế bập bênh
kiiktool

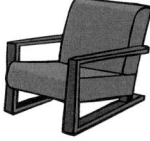

ghế bành
tugitool

sách

raamat

cái chăn

tekk

đồ trang trí

kaunistus

củi

küttepuud

phim

film

máy hi-fi

helisüsteem

chìa khóa

võti

báo

ajaleht

bức tranh

maal

áp phích

plakat

radio

raadio

sổ ghi chép

märkmik

máy hút bụi

tolmuimeja

cây xương rồng

kaktus

cây nến

küünal

bếp
köök

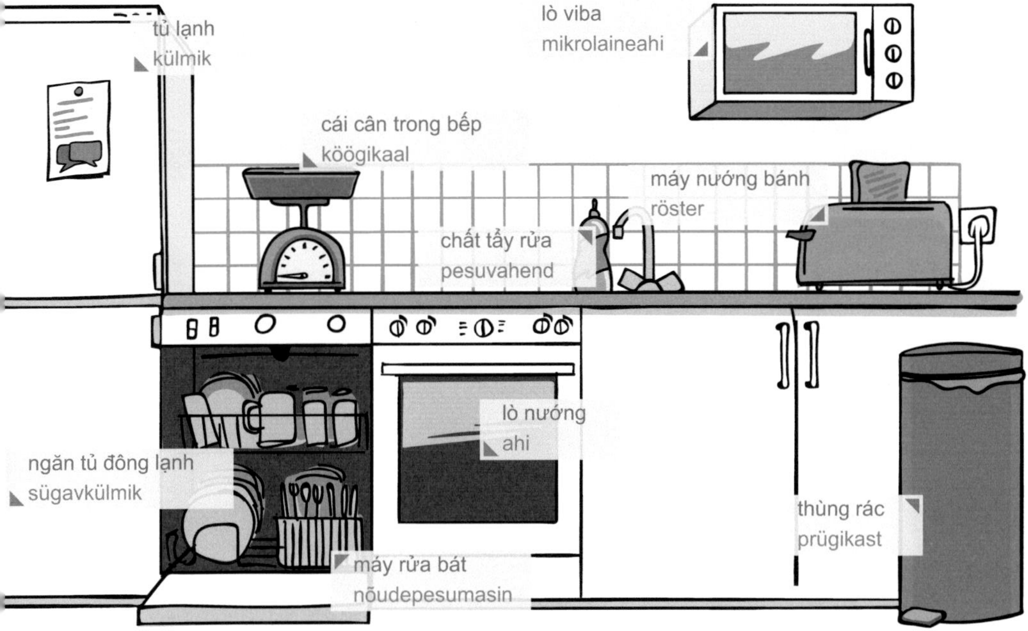

tủ lạnh
külmik
lò viba
mikrolaineahi
cái cân trong bếp
köögikaal
máy nướng bánh
röster
chất tẩy rửa
pesuvahend
lò nướng
ahi
ngăn tủ đông lạnh
sügavkülmik
thùng rác
prügikast
máy rửa bát
nõudepesumasin

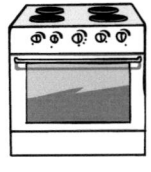

lò nấu

pliit

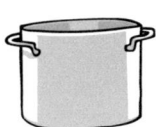

nồi

pott

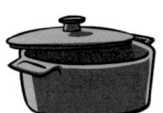

nồi sắt

malmpott

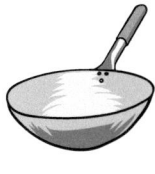

chảo

vokkpann

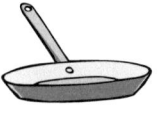

chảo

pann

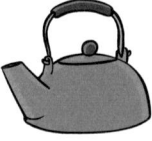

ấm đun nước

veekeetja

nồi đun hơi

aurutaja

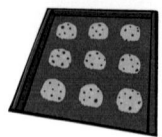

khay lò nướng

küpsetusplaat

bát đĩa

lauanõud

cốc

kruus

cái bát

kauss

đũa

söögipulgad

cái vá

kulp

bàn xẻng

pannilabidas

que đánh kem

vispel

rây dùng trong bếp

kurn

cái rây lọc

sõel

cái nạo

riiv

vữa

uhmer

vì nướng

grill

ngọn lửa trần

lahtine tuli

cái thớt

lõikelaud

trục cán bột

tainarull

cái mở nút chai

korgitser

vỏ đồ hộp

konservipurk

cái mở vỏ đồ hộp

konserviavaja

miếng nhấc nồi

pajakinnas

bồn rửa bát

kraanikauss

bàn chải

hari

miếng xốp

pesukäsn

máy xay

kannmikser

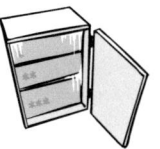

tủ đông lạnh

sügavkülmuti

bình sữa cho trẻ sơ sinh

lutipudel

vòi nước

segisti

phòng tắm
vannituba

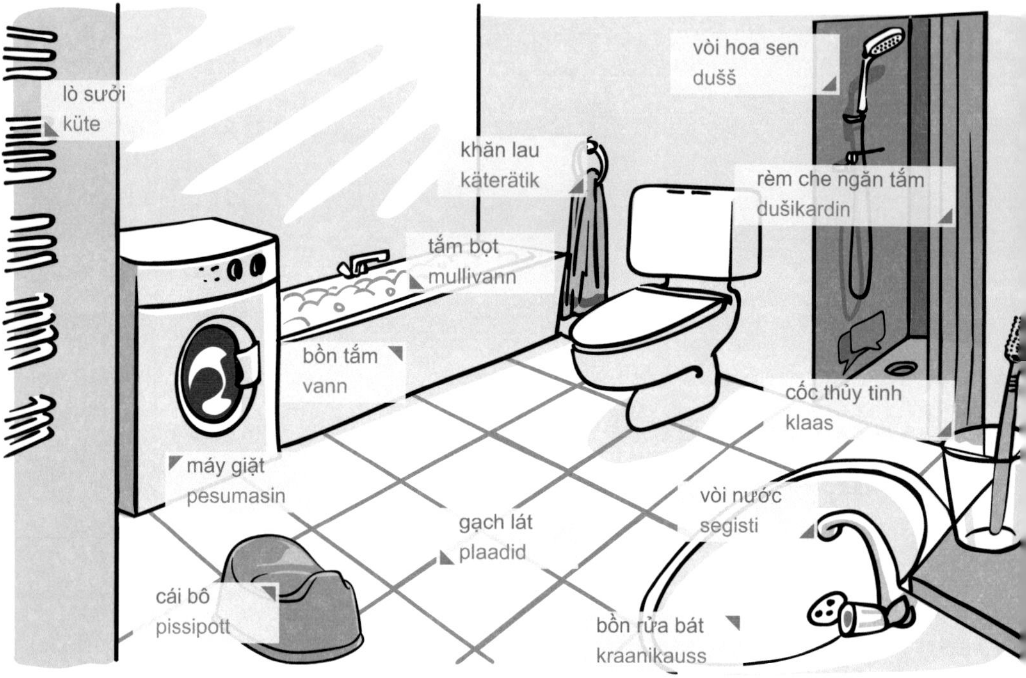

lò sưởi
küte
vòi hoa sen
dušš
khăn lau
käterätik
rèm che ngăn tắm
dušikardin
tắm bọt
mullivann
bồn tắm
vann
cốc thủy tinh
klaas
máy giặt
pesumasin
vòi nước
segisti
gạch lát
plaadid
cái bô
pissipott
bồn rửa bát
kraanikauss

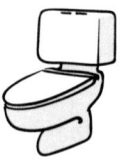

bồn cầu
WC-pott

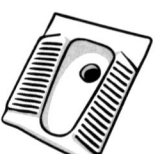

bồn cầu ngồi xổm
kükitamistualett

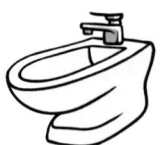

bồn rửa hậu môn
bidee

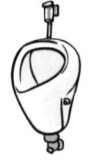

bồn tiểu tiện
pissuaar

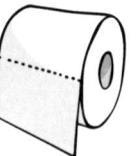

giấy vệ sinh
tualettpaber

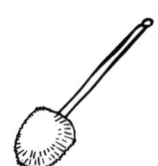

bàn chải cọ bồn cầu
WC-hari

bàn chải đánh răng

hambahari

kem đánh răng

hambapasta

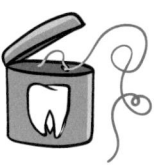

chỉ nha khoa

hambaniit

rửa

pesema

vòi sen cầm tay

käsidušš

vòi rửa hậu môn

intiimdušš

bồn rửa

pesukauss

bàn chải cọ lưng

seljahari

xà phòng

seep

sữa tắm

dušigeel

dầu gội

šampoon

khăn cọ để tắm

vamm

lỗ thoát nước

äravool

kem

kreem

chất khử mùi

deodorant

gương

peegel

gương tay

käsipeegel

dao cạo râu

habemenuga

kem cạo râu

raseerimisvaht

nước thơm dùng sau khi
cạo râu

habemevesi

cái lược

kamm

bàn chải

hari

máy xấy tóc

föön

keo xịt tóc

juukselakk

đồ trang điểm

meigikomplekt

thỏi son môi

huulepulk

sơn bôi móng

küünelakk

bông

vatt

kéo cắt móng

küünekäärid

nước hoa

parfüüm

túi đựng đồ tắm

tualett-tarvete kott

ghế đẩu

taburet

cái cân

kaal

áo choàng tắm

hommikumantel

găng tay làm vệ sinh

kummikindad

nút gạc

tampoon

băng vệ sinh

hügieeniside

nhà vệ sinh hóa chất

keemiline tualett

phòng trẻ em
lastetuba

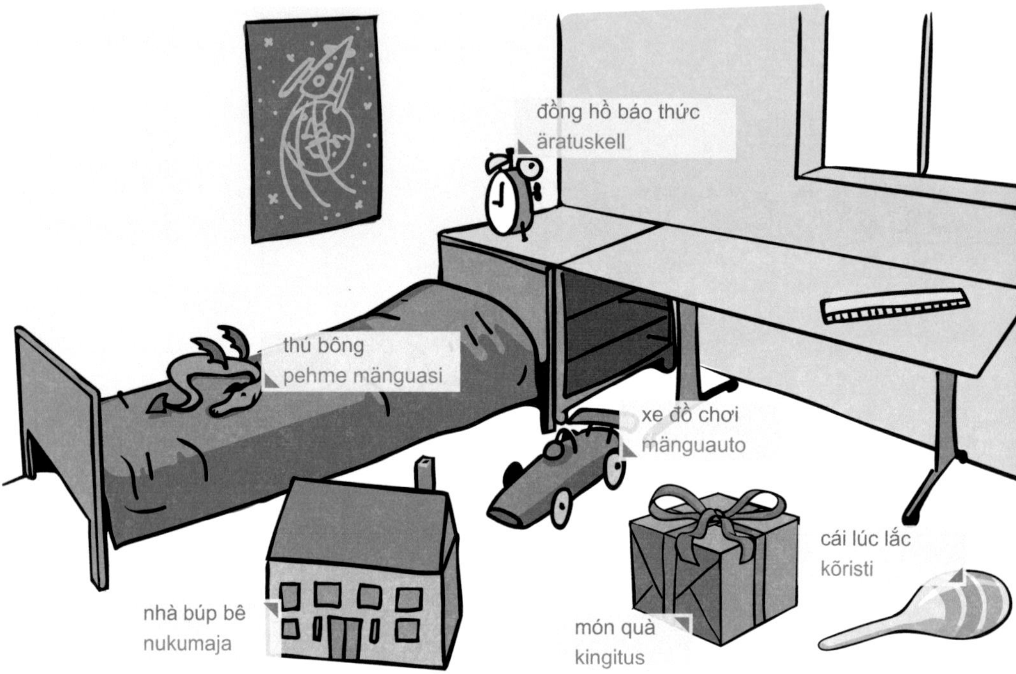

đồng hồ báo thức
äratuskell
thú bông
pehme mänguasi
xe đồ chơi
mänguauto
cái lúc lắc
kõristi
nhà búp bê
nukumaja
món quà
kingitus

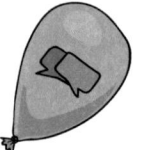

bong bóng

õhupall

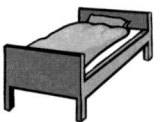

giường

voodi

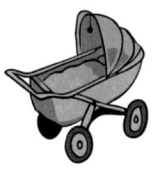

xe nôi

lapsevanker

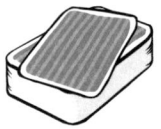

trò chơi bài

kaardipakk

trò chơi ghép hình

pusle

SUPER
MEGA

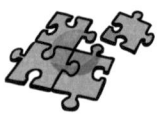

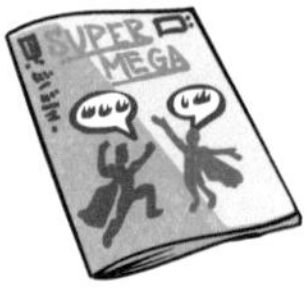

truyện tranh

koomiks

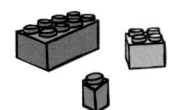

gạch Lego

Lego klotsid

khối xếp hình

klotsid

nhân vật hành động

kujuke

o liền quần cho trẻ sơ sinh

siputuspüksid

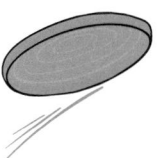

đĩa nhựa để ném

lendav taldrik

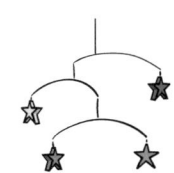

đồ chơi treo trên giường

voodikarussell

trò chơi cờ bàn

lauamäng

xúc xắc

täringud

đồ chơi xe lửa mô hình

mudelrong

ti giả

lutt

buổi tiệc

pidu

sách tranh

pildiraamat

quả bóng

pall

búp bê

nukk

chơi

mängima

hố cát

liivakast

cái đu

kiik

đồ chơi

mänguasjad

máy chơi game cầm tay

mängukonsool

xe ba bánh

kolmerattaline jalgratas

gấu bông

mängukaru

tủ quần áo

riidekapp

y phục
riietus

bít tất

sokid

bít tất dài

sukad

quần tất

sukkpüksid

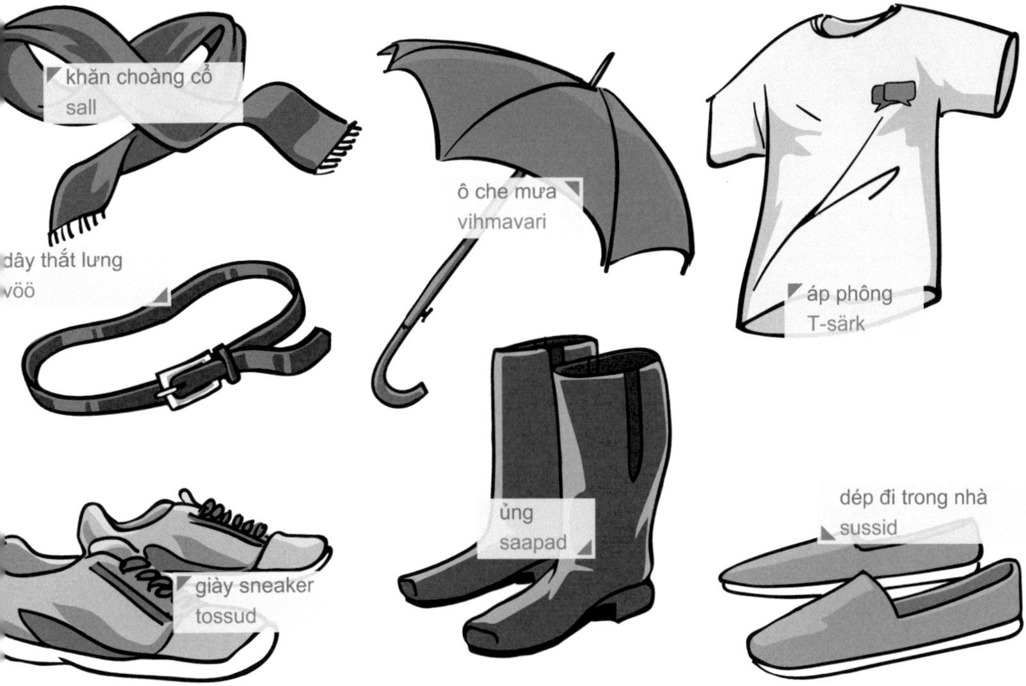

khăn choàng cổ
sall

ô che mưa
vihmavari

áp phông
T-särk

dây thắt lưng
vöö

ủng
saapad

dép đi trong nhà
sussid

giày sneaker
tossud

dép xăng đan
sandaalid

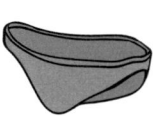

giày
jalatsid

ủng cao su
kummikud

quần lót
aluspüksid

áo ngực
rinnahoidja

áo vest
vest

áo ôm sát cơ thể

bodi

quần dài

püksid

quần bò

teksapüksid

váy

seelik

áo cánh

pluus

áo sơ mi

särk

áo len chui đầu

sviiter

áo len

dressipluus

áo blazer

bleiser

áo jacket

jakk

áo khoác

mantel

áo mưa

vihmamantel

trang phục

kostüüm

áo váy

kleit

áo cưới

pulmakleit

bộ com lê

ülikond

áo ngủ

öösärk

pijama

pidžaama

trang phục sari

sari

khăn trùm đầu

pearätt

khăn đội đầu

turban

áo burka

burka

áo captan

kaftan

áo aba

abayah

quần áo bơi

ujumistrikoo

quần bơi

ujumispüksid

quần đùi

lühikesed püksid

quần áo tracksuit

dressid

tạp dề

põll

găng tay

kindad

cái cúc

nööp

kính mắt

prillid

vòng đeo tay

käevõru

vòng cổ

kaelakee

nhẫn

sõrmus

hoa tai

kõrvarõngas

mũ lưỡi trai

nokamüts

cái mắc treo áo quần

riidepuu

mũ

kaabu

cà vạt

lips

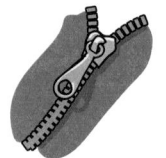

dây kéo phéc mơ tuya

tõmblukk

mũ bảo hiểm

kiiver

dây đeo quần

traksid

đồng phục học sinh

koolivorm

đồng phục

vormirõivad

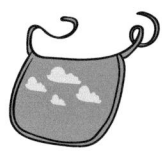

yếm trẻ em

pudipõll

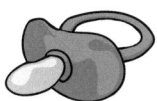

ti giả

lutt

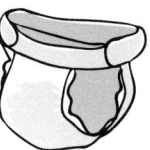

tã lót

mähe

văn phòng

kontor

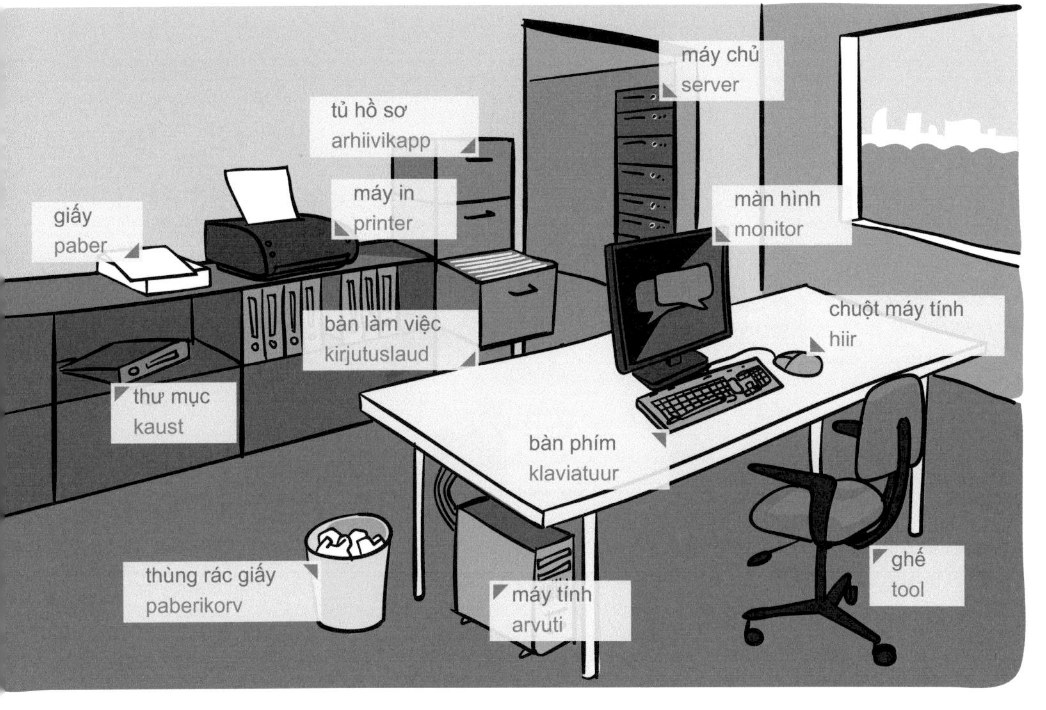

máy chủ
server
tủ hồ sơ
arhiivikapp
máy in
printer
giấy
paber
màn hình
monitor
chuột máy tính
hiir
bàn làm việc
kirjutuslaud
thư mục
kaust
bàn phím
klaviatuur
ghế
tool
thùng rác giấy
paberikorv
máy tính
arvuti

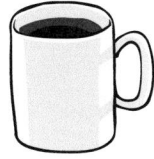

cốc cà phê

kohvikruus

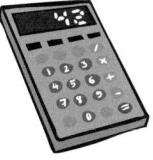

máy tính bỏ túi

kalkulaator

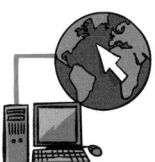

internet

internet

laptop

sülearvuti

thư

kiri

tin nhắn

sõnum

điện thoại di động

mobiiltelefon

mạng

võrk

máy photocopy

koopiamasin

phần mềm

tarkvara

điện thoại

telefon

ổ cắm điện

pistikupesa

máy fax

faksimasin

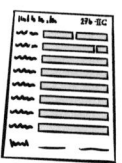

mẫu đơn

vorm

chứng từ

dokument

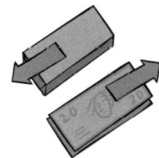

mua

ostma

trả tiền

maksma

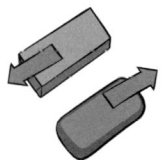

buôn bán

vahetama

tiền

raha

đô la

dollar

Euro

euro

yên

jeen

rúp

rubla

franc Thụy Sĩ

Šveitsi frank

nhân dân tệ

renminbi jüaan

rupi

ruupia

máy rút tiền tự động

sularahaautomaat

quầy đổi tiền

valuutavahetuspunkt

vàng

kuld

bạc

hõbe

dầu

nafta

năng lượng

energia

giá tiền

hind

hợp đồng

leping

thuế

maks

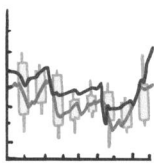

cổ phiếu

aktsia

làm việc

töötama

nhân viên

töötaja

chủ lao động

tööandja

nhà máy

tehas

cửa hiệu

kauplus

nghề nghiệp
ametid

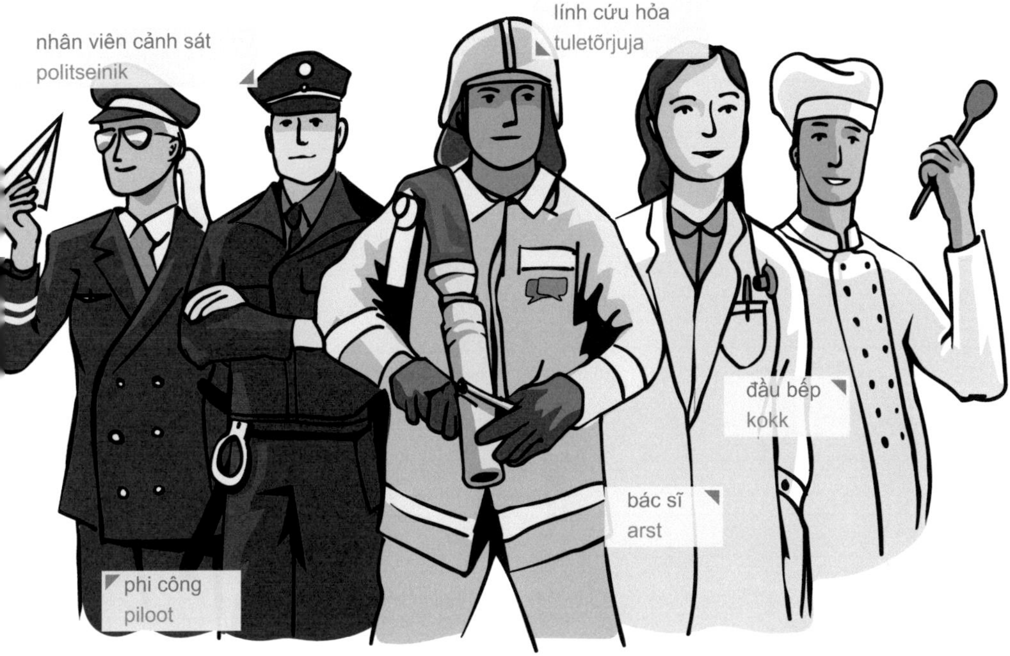

nhân viên cảnh sát
politseinik
lính cứu hỏa
tuletõrjuja
đầu bếp
kokk
bác sĩ
arst
phi công
piloot

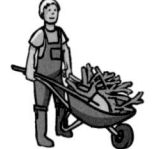

người làm vườn

aednik

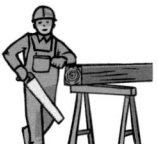

thợ mộc

puusepp

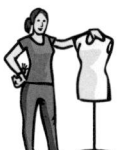

thợ may

õmbleja

chánh án

kohtunik

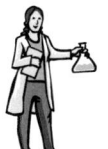

nhà hóa học

keemik

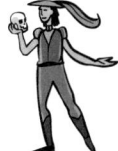

diễn viên

näitleja

tài xế xe buýt

bussijuht

người lái taxi

taksojuht

ngư dân

kalamees

người lau dọn vệ sinh

koristaja

thợ lợp mái nhà

katusepaigaldaja

bồi bàn

kelner

thợ săn

jahimees

họa sĩ

maaler

thợ làm bánh

pagar

thợ điện

elektrik

thợ xây dựng

ehitaja

kỹ sư

insener

người hàng thịt

lihunik

thợ sửa ống nước

torumees

người đưa thư

postiljon

người lính

sõdur

kiến trúc sư

arhitekt

nhân viên thu ngân

kassapidaja

người bán hoa

lillemüüja

thợ cắt tóc

juuksur

nhân viên soát vé

piletikontrolör

thợ cơ khí

mehaanik

thuyền trưởng

kapten

nha sĩ

hambaarst

nhà khoa học

teadlane

giáo sĩ Do thái

rabi

lãnh tụ Hồi giáo

imaam

nhà sư

munk

mục sư

preester

dụng cụ
tööriistad

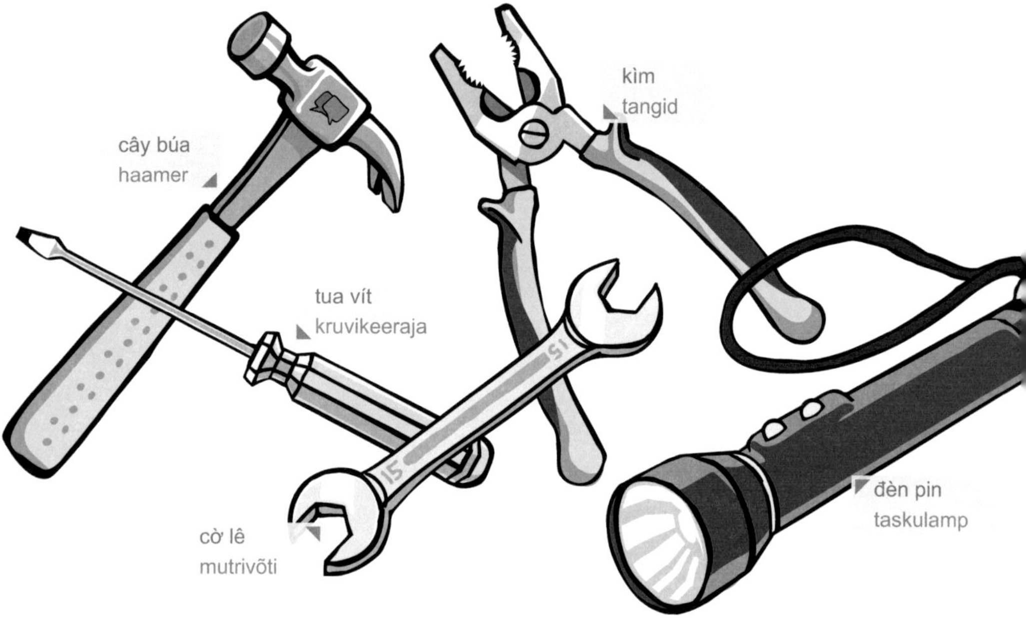

cây búa
haamer
kìm
tangid
tua vít
kruvikeeraja
cờ lê
mutrivõti
đèn pin
taskulamp

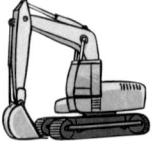

máy xúc đất

ekskavaator

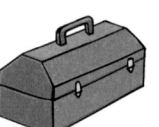

hộp dụng cụ

tööriistakast

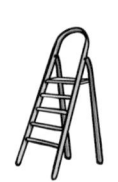

cái thang

redel

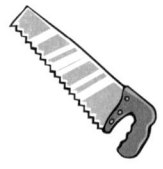

cưa

saag

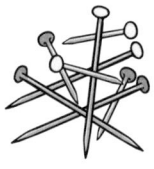

đinh

naelad

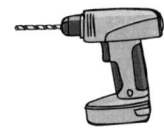

máy khoan

trell

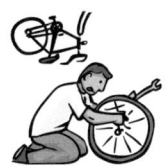

sửa chữa

parandama

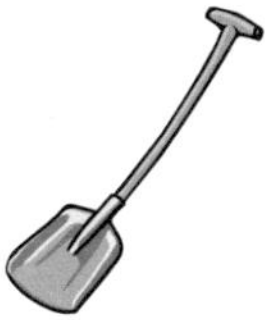

cái xẻng

labidas

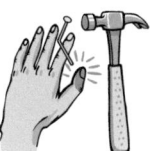

khốn nạn!

Põrgusse!

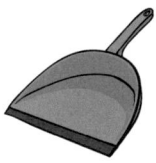

cái hót rác

kühvel

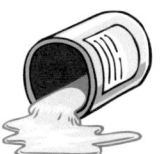

thùng sơn

värvipott

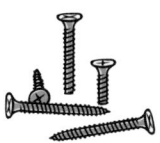

vít

kruvid

nhạc cụ
pillid

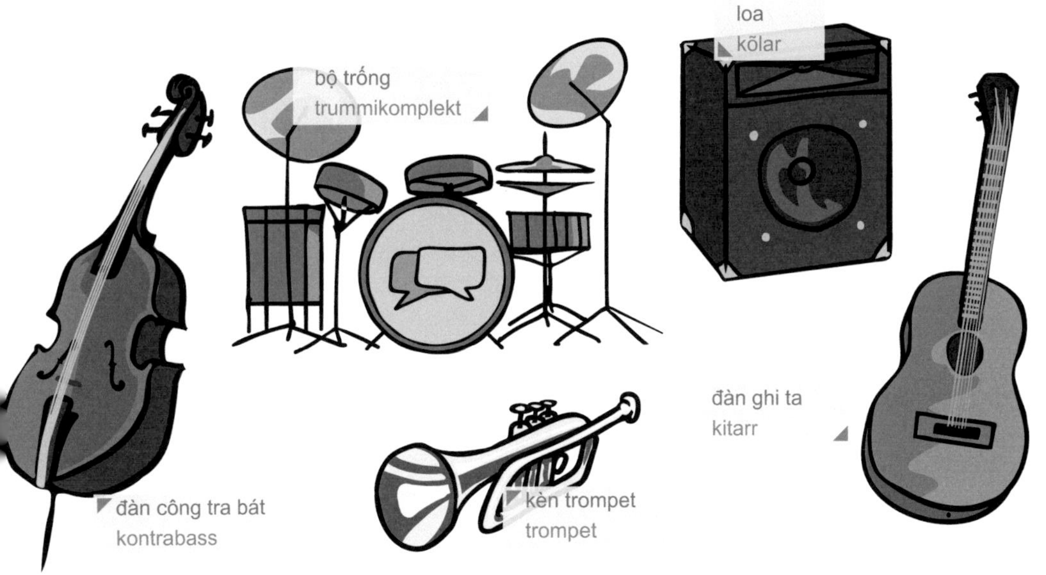
loa
kõlar
bộ trống
trummikomplekt
đàn ghi ta
kitarr
đàn công tra bát
kontrabass
kèn trompet
trompet

đàn piano

klaver

đàn vĩ cầm

viiul

 (ghi ta bass image)

ghi ta bass

bass

trống định âm

timpan

trống

trummid

đàn organ

süntesaator

kèn Saxophone

saksofon

sáo

flööt

micro

mikrofon

vườn bách thú
loomaaed

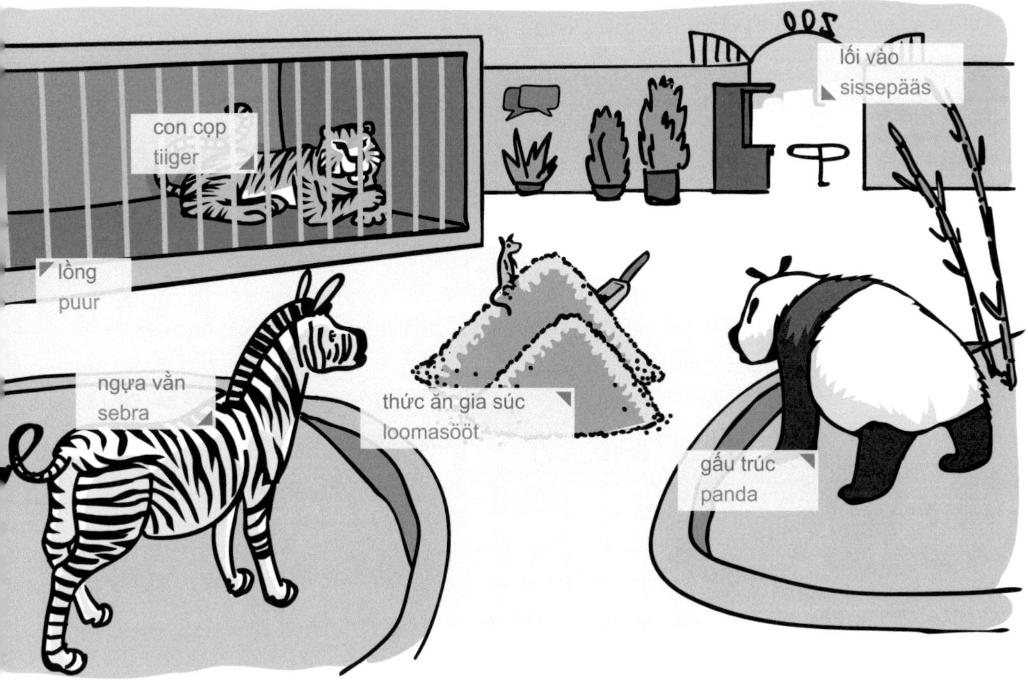
lối vào
sissepääs
con cọp
tiiger
lồng
puur
ngựa vằn
sebra
thức ăn gia súc
loomasööt
gấu trúc
panda

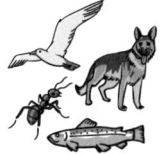

động vật

loomad

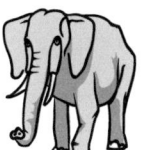

con voi

elevant

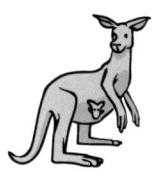

chuột túi

känguru

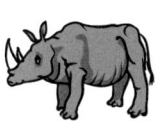

tê giác

ninasarvik

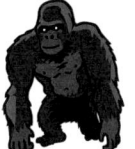

khỉ đột

gorilla

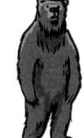

con gấu

karu

lạc đà

kaamel

đà điểu

jaanalind

sư tử

lõvi

con khỉ

ahv

hồng hạc

flamingo

con vẹt

papagoi

gấu bắc cực

jääkaru

chim cánh cụt

pingviin

cá mập

hai

con công

paabulind

con rắn

madu

cá sấu

krokodill

người trông giữ vườn bách
thú
loomaaiatalitaja

hải cẩu

hüljes

báo đốm

jaaguar

ngựa lùn

poni

con báo

leopard

hà mã

jõehobu

hươu cao cổ

kaelkirjak

đại bàng

kotkas

heo rừng

metssiga

cá

kala

con rùa

kilpkonn

hải mã

morsk

con cáo

rebane

linh dương

gasell

bóng bầu dục Mỹ
Ameerika jalgpall

đua xe đạp
jalgrattasõit

quần vợt
tennis

bóng rổ
korvpall

bơi
ujumine

khúc côn cầu trên băng
jäähoki

đấm bốc
poksimine

bóng đá
jalgpall

cầu lông
sulgpall

điền kinh
kergejõustik

bóng ném
käsipall

trượt tuyết
suusatamine

polo
polo

nhảy
hüppama

ôm
kallistama

cười
naerma

đi bộ
jalutama

ca hát
laulma

cầu nguyện
palvetama

hôn
suudlema

mơ
unistama

viết
kirjutama

vẽ
joonistama

chỉ trỏ
näitama

đẩy
lükkama

cho
andma

lấy đi
võtma

có

omama

làm

tegema

thì / là

olema

đứng

seisma

chạy

jooksma

kéo

tõmbama

ném

viskama

rơi

kukkuma

nằm

lamama

chờ đợi

ootama

mang vác

kandma

ngồi

istuma

mặc quần áo

riidesse panema

ngủ

magama

thức dậy

ärkama

xem

vaatama

khóc

nutma

vuốt ve

paitama

chải

kammima

nói chuyện

rääkima

hiểu

aru saama

câu hỏi

küsima

nghe

kuulama

uống

jooma

ăn

sööma

dọn dẹp

korrastama

yêu

armastama

nấu nướng

süüa tegema

lái xe

sõitma

bay

lendama

đi thuyền buồm

purjetama

tính toán

arvutama

đọc

lugema

học

õppima

làm việc

töötama

cưới

abielluma

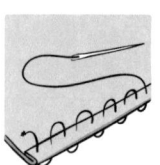

khâu vá

õmblema

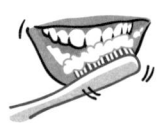

đánh răng

hambaid pesema

giết

tapma

hút thuốc

suitsetama

gửi đi

saatma

gia đình
perekond

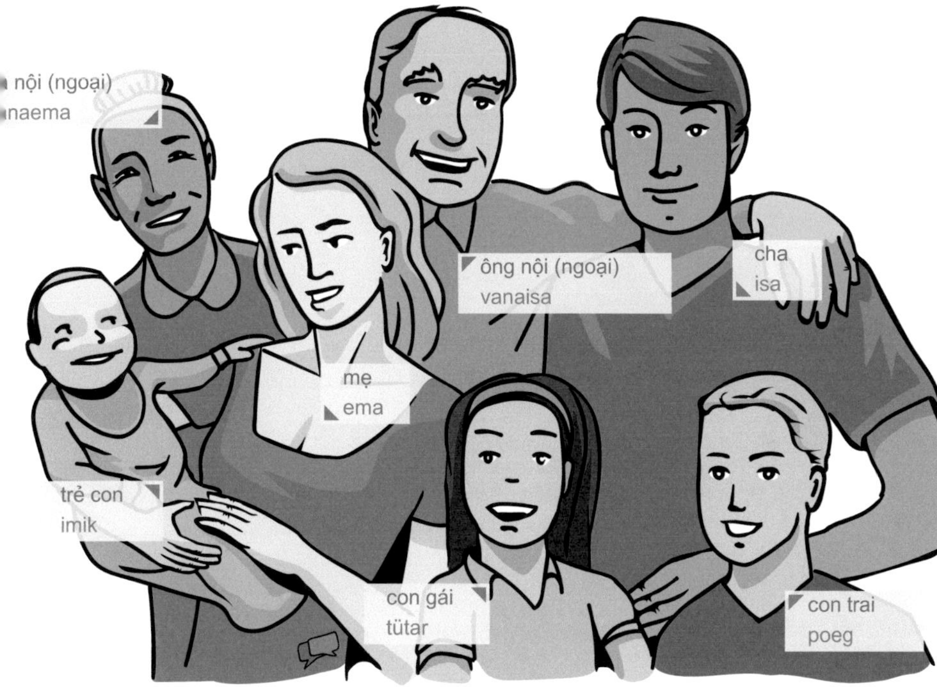

nội (ngoại)
naema
ông nội (ngoại)
vanaisa
cha
isa
mẹ
ema
trẻ con
imik
con gái
tütar
con trai
poeg

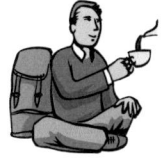

khách
külaline

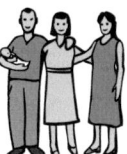

cô (dì)
tädi

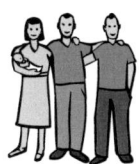

chú, bác (cậu)
onu

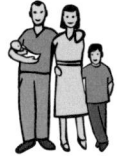

anh (em) trai
vend

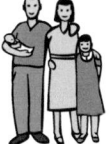

chị (em) gái
õde

cơ thể
keha

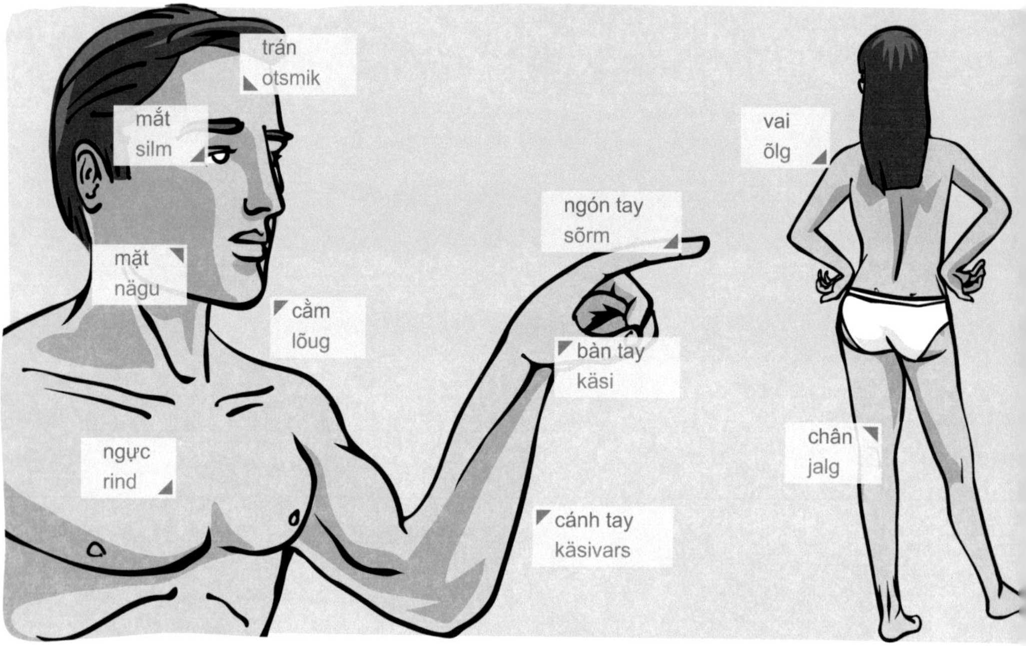

trán
otsmik

mắt
silm

vai
õlg

ngón tay
sõrm

mặt
nägu

cằm
lõug

bàn tay
käsi

ngực
rind

chân
jalg

cánh tay
käsivars

trẻ con

imik

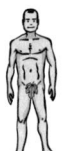

đàn ông

mees

phụ nữ

naine

bé gái

tüdruk

bé trai

poiss

đầu

pea

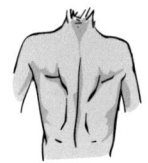

lưng

selg

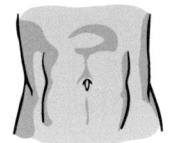

bụng

kõht

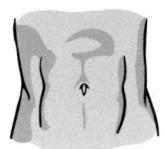

rốn

naba

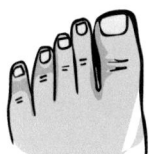

ngón chân

varvas

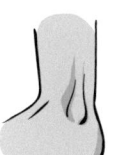

gót chân

kand

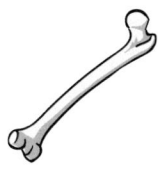

xương

luu

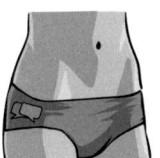

hông

puus

đầu gối

põlv

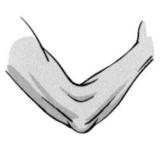

khuỷu tay

küünarnukk

mũi

nina

mông

tagumik

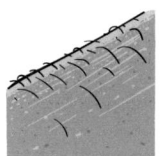

da

nahk

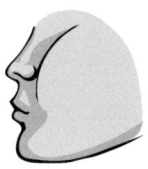

má

põsk

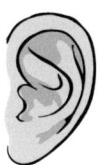

tai

kõrv

môi

huuled

miệng

suu

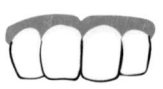

răng

hammas

lưỡi

keel

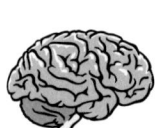

não

aju

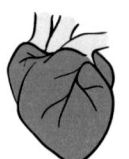

tim

süda

cơ bắp

lihas

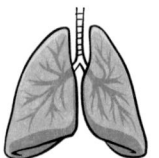

phổi

kops

gan

maks

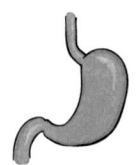

dạ dày

magu

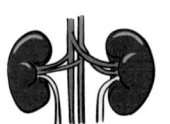

thận

neerud

giao hợp

seksuaalvahekord

bao cao su

kondoom

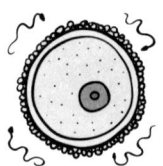

noãn

munarakk

tinh dịch

sperma

mang thai

rasedus

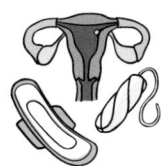

kinh nguyệt

menstruatsioon

âm vật

vagiina

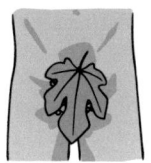

dương vật

peenis

lông mày

kulm

tóc

juuksed

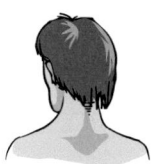

cổ

kael

bệnh viện
haigla

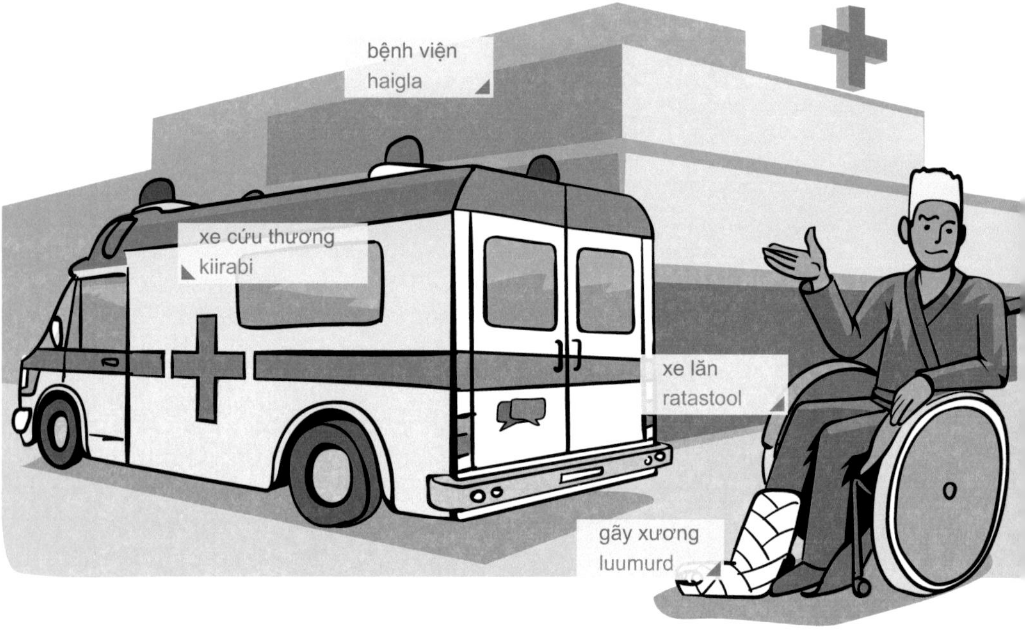

bệnh viện
haigla
xe cứu thương
kiirabi
xe lăn
ratastool
gãy xương
luumurd

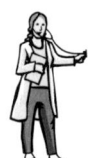

bác sĩ

arst

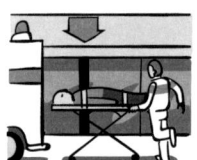

phòng cấp cứu

traumapunkt

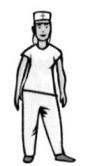

y tá

meditsiiniõde

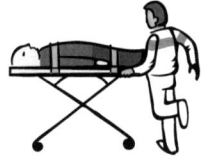

cấp cứu

hädaolukord

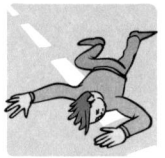

bất tỉnh

teadvuseta

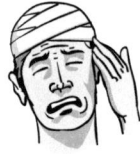

cơn đau

valu

bị thương

vigastus

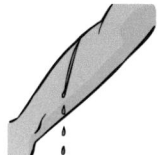

chảy máu

verejooks

nhồi máu cơ tim

südamerabandus

đột quỵ

insult

dị ứng

allergia

ho

köha

sốt

palavik

cúm

gripp

tiêu chảy

kõhulahtisus

đau đầu

peavalu

ung thư

vähk

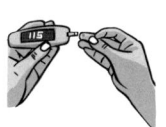

bệnh tiểu đường

diabeet

bác sĩ phẫu thuật

kirurg

dao mổ

skalpell

giải phẫu

operatsioon

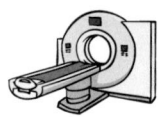

chụp cắt lớp

KT

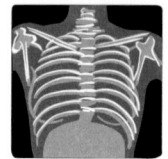

chụp x-quang

röntgen

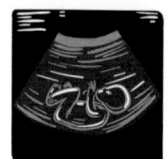

siêu âm

ultraheli

mặt nạ

mask

bệnh

haigus

phòng đợi

ooteruum

cái nạng

kark

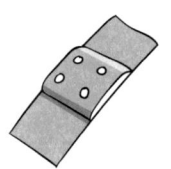

băng dán vết thương

kips

băng bó

side

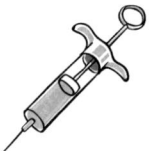

tiêm thuốc

süst

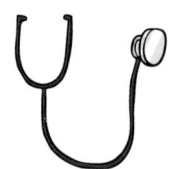

ống nghe khám bệnh

stetoskoop

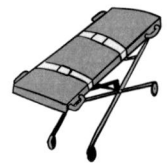

băng ca

kanderaam

nhiệt kế

kraadiklaas

sinh đẻ

sünd

thừa cân

ülekaaluline

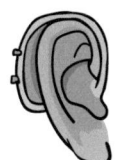

máy trợ thính

kuuldeaparaat

chất khử trùng

desinfektsioonivahend

nhiễm trùng

põletik

vi rút

viirus

HIV / AIDS

HIV / AIDS

thuốc

meditsiin

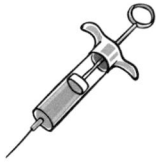

tiêm chủng

vaktsineerimine

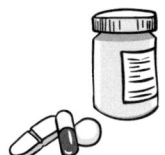

thuốc viên

tabletid

viên thuốc

pill

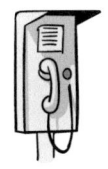

gọi cấp cứu

hädaabikõne

máy đo huyết áp

vererõhuaparaat

bệnh / khỏe mạnh

haige / terve

cứu!

Appi!

báo động

häire

cuộc đột kích

kallaletung

sự tấn công

rünnak

mối nguy hiểm

oht

lối thoát hiểm

avariiväljapääs

cháy!

Tulekahju!

bình chữa cháy

tulekustuti

tai nạn

õnnetus

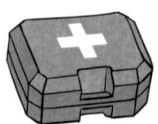

bộ dụng cụ sơ cứu

esmaabikomplekt

SOS

SOS

cảnh sát

politsei

châu Âu

Euroopa

Bắc Mỹ

Põhja-Ameerika

Nam Mỹ

Lõuna-Ameerika

châu Phi

Aafrika

châu Á

Aasia

châu Úc

Austraalia

Đại Tây Dương

Atlandi ookean

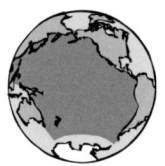

Thái Bình Dương

Vaikne ookean

Ấn Độ Dương

India ookean

Nam Cực Dương

Lõuna-Jäämeri

Bắc Băng Dương

Põhja-Jäämeri

bắc cực

põhjapoolus

nam cực

lõunapoolus

nam cực

Antarktika

trái đất

Maa

đất liền

maismaa

biển

meri

đảo

saar

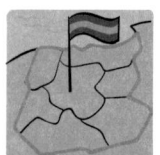

quốc gia

rahvus

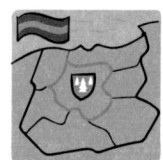

nhà nước

riik

mặt đồng hồ

sihverplaat

kim chỉ giờ

tunniosuti

kim chỉ phút

minutiosuti

kim chỉ giây

sekundiosuti

Bây giờ là mấy giờ?

Mis kell on?

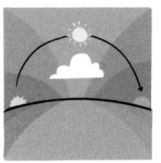

ngày

päev

thời gian

aeg

bây giờ

praegu

đồng hồ điện tử

digitaalne kell

phút

minut

giờ

tund

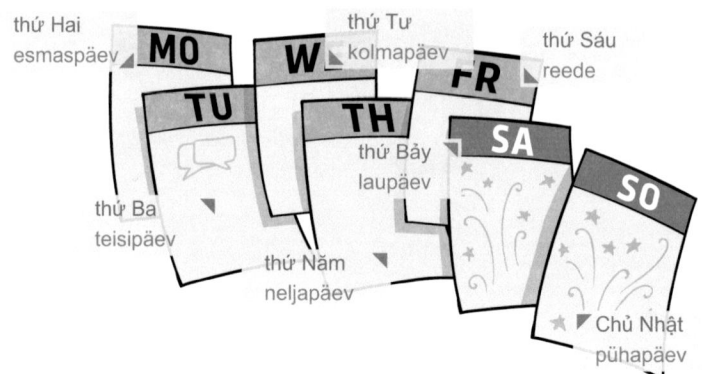

thứ Hai
esmaspäev

thứ Tư
kolmapäev

thứ Sáu
reede

thứ Ba
teisipäev

thứ Bảy
laupäev

thứ Năm
neljapäev

Chủ Nhật
pühapäev

hôm qua

eile

hôm nay

täna

ngày mai

homme

buổi sáng

hommik

buổi trưa

lõuna

buổi tối

õhtu

MO	TU	WE	TH	FR	SA	SU
1	2	3	4	5	6	7
8	9	10	11	12	13	14
15	16	17	18	19	20	21
22	23	24	25	26	27	28
29	30	31	1	2	3	4

ngày làm việc

tööpäevad

MO	TU	WE	TH	FR	SA	SU
1	2	3	4	5	6	7
8	9	10	11	12	13	14
15	16	17	18	19	20	21
22	23	24	25	26	27	28
29	30	31	1	2	3	4

cuối tuần

nädalavahetus

mưa
vihm

cầu vồng
vikerkaar

gió
tuul

tuyết
lumi

mùa xuân
kevad

mùa hè
suvi

mùa thu
sügis

mùa đông
talv

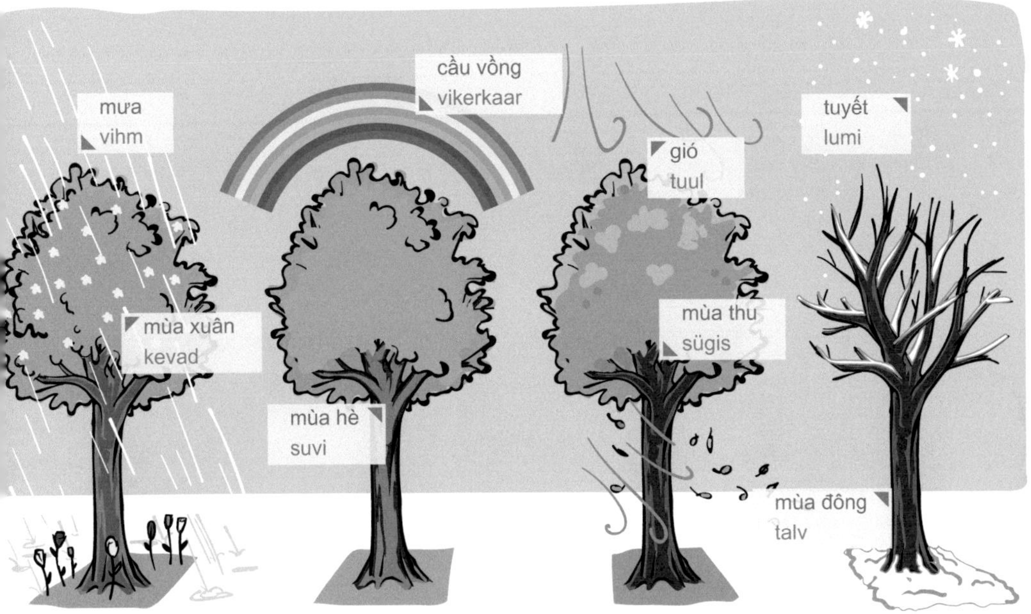

dự báo thời tiết

ilmaennustus

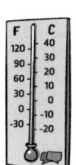

nhiệt kế

termomeeter

ánh nắng

päikesepaiste

mây

pilv

sương mù

udu

độ ẩm không khí

niiskus

tia chớp

pikne

sấm sét

kõu

cơn bão

torm

mưa đá

rahe

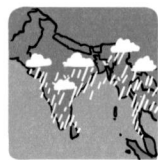

gió mùa

mussoon

lũ lụt

üleujutus

nước đá

jää

tháng Một

jaanuar

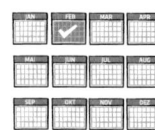

tháng Hai

veebruar

tháng Ba

märts

tháng Tư

aprill

tháng Năm

mai

tháng Sáu

juuni

tháng Bảy

juuli

tháng Tám

august

tháng Chín

september

tháng Mười

oktoober

tháng Mười Một

november

tháng Mười Hai

detsember

hình dạng
kujundid

hình tròn

ring

hình vuông

ruut

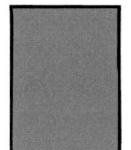

hình chữ nhật

nelinurk

hình tam giác

kolmnurk

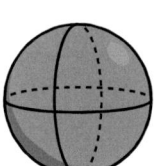

hình cầu

kera

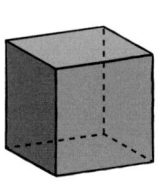

khối vuông

kuup

màu sắc
värvid

màu trắng
valge

màu vàng
kollane

màu cam
oranž

màu hồng
roosa

màu đỏ
punane

màu tím
lilla

màu xanh dương
sinine

màu xanh lá cây
roheline

màu nâu
pruun

màu xám
hall

màu đen
must

nhiều / ít

palju / vähe

tức tối / điềm tĩnh

vihane / rahulik

xinh đẹp / xấu xí

ilus / inetu

bắt đầu / kết thúc

algus / lõpp

to / nhỏ

suur / väike

sáng / tối

hele / tume

anh (em) trai / chị (em) gái

vend / õde

sạch / bẩn

puhas / must

đủ / thiếu

täielik / puudulik

ngày / đêm

päev / öö

chết / sống

surnud / elus

rộng / chật hẹp

lai / kitsas

ăn được / không ăn được

söödav / mittesöödav

ác / tử tế

kuri / sõbralik

hào hứng / chán nản

põnevil / tüdinud

béo / gầy

paks / peenike

đầu tiên / cuối cùng

esimene / viimane

bạn / thù

sõber / vaenlane

đầy / rỗng

täis / tühi

cứng / mềm

kõva / pehme

nặng / nhẹ

raske / kerge

đói / khát

nälg / janu

bệnh / khỏe mạnh

haige / terve

bất hợp pháp / hợp pháp

ebaseaduslik / seaduslik

thông minh / ngu

tark / rumal

trái / phải

vasak / parem

gần / xa

lähedal / kaugel

mới / cũ

uus / kasutatud

không có gì cả / có cái gì đó

mitte midagi / midagi

già / trẻ

vana / noor

bật / tắc

sees / väljas

mở / đóng

lahti / kinni

im lặng / ồn ào

vaikne / vali

giàu / nghèo

rikas / vaene

đúng / sai

õige / vale

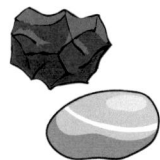

sần sùi / mịn màng

kare / sile

buồn / vui

kurb / rõõmus

ngắn / dài

lühike / pikk

chậm / nhanh

aeglane / kiire

ẩm ướt / khô ráo

märg / kuiv

ấm áp / mát mẻ

soe / jahe

chiến tranh / hòa bình

sõda / rahu

đối lập - vastandid

0	**1**	**2**
số không	một	hai
null	üks	kaks
3	**4**	**5**
ba	bốn	năm
kolm	neli	viis
6	**7**	**8**
sáu	bảy	tám
kuus	seitse	kaheksa
9	**10**	**11**
chín	mười	mười một
üheksa	kümme	üksteist

12

mười hai

kaksteist

13

mười ba

kolmteist

14

mười bốn

neliteist

15

mười lăm

viisteist

16

mười sáu

kuusteist

17

mười bảy

seitseteist

18

mười tám

kaheksateist

19

mười chín

üheksateist

20

hai mươi

kakskümmend

100

một trăm

sada

1.000

một ngàn

tuhat

1.000.000

một triệu

miljon

tiếng Anh

inglise

tiếng Anh Mỹ

Ameerika inglise

tiếng Quan Thoại

mandariini

tiếng Hin-di

hindi

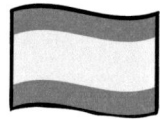

tiếng Tây Ban Nha

hispaania

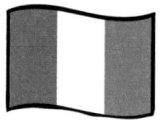

tiếng Pháp

prantsuse

tiếng Ả-rập

araabia

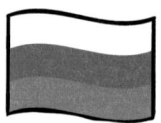

tiếng Nga

vene

tiếng Bồ Đào Nha

portugali

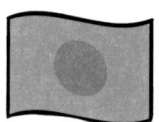

tiếng Bengal

bengali

tiếng Đức

saksa

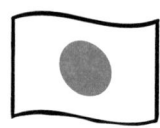

tiếng Nhật

jaapani

tôi

mina

bạn

sina

anh ta / cô ta / nó

tema

chúng tôi

meie

các bạn

teie

họ

nemad

ai?

kes?

cái gì?

mis?

như thế nào?

kuidas?

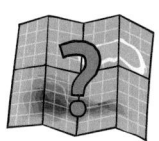

ở đâu?

kus?

lúc nào?

millal?

tên

nimi

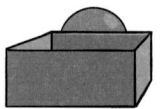

phía sau

taga

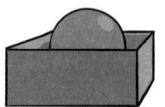

ở trong

sees

phía trước

ees

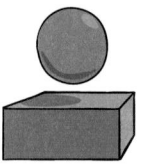

phía trên

kohal

ở trên

peal

ở dưới

all

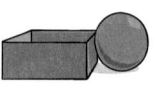

bên cạnh

kõrval

ở giữa

vahel

chỗ

koht